Ich habe es gefunden
Tôi đã tìm thấy

Deutsch/Vietnamesisch

von Richard Carlson Jr.

Sáng tác bởi Richard Carlson Jr.

Zeichnungen von Kevin Carlson

Thể hiện bởi Kevin Carlson

© copyright 2016 Richard Carlson Jr.

Illustrations © copyright 2016 Kevin Carlson

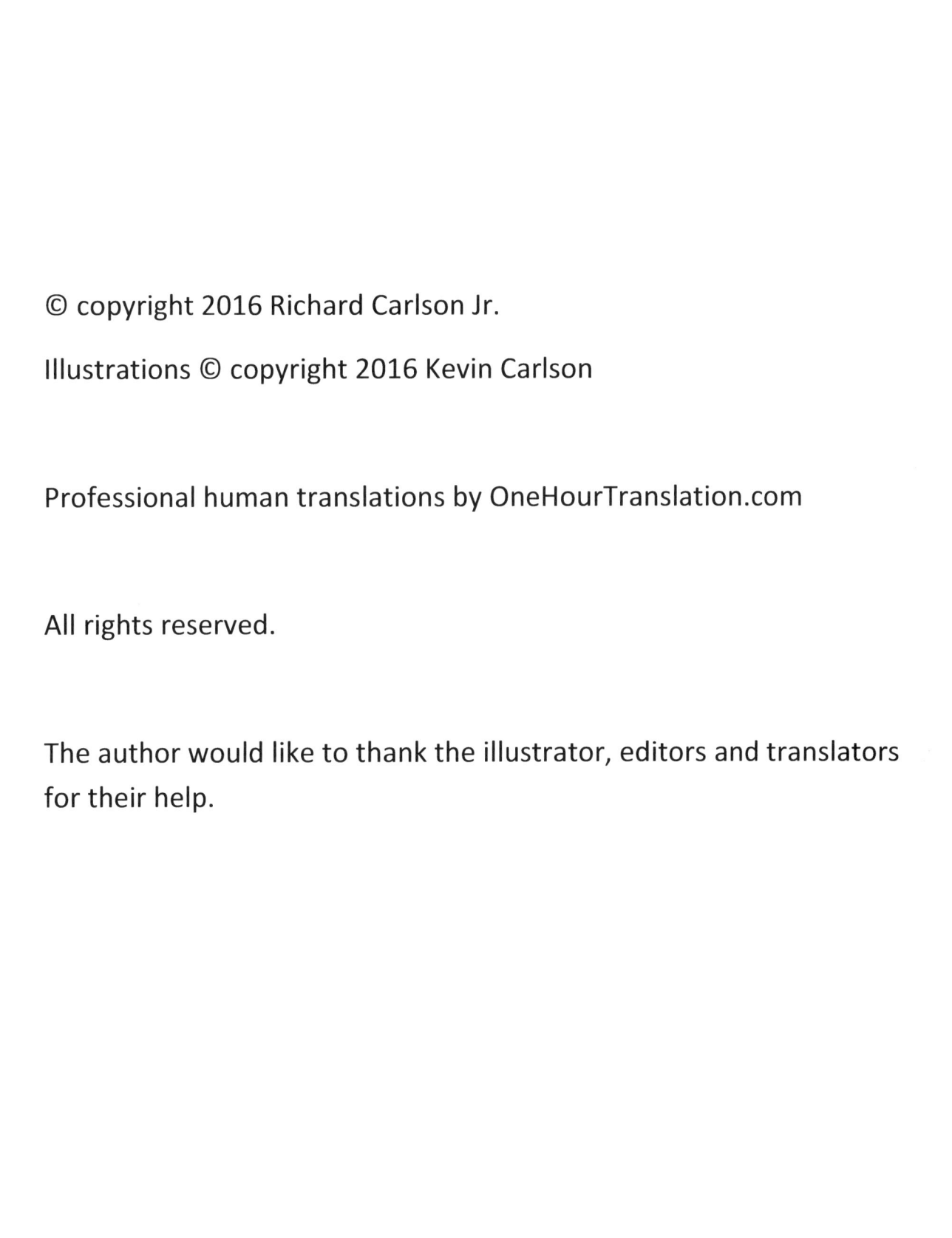

Professional human translations by OneHourTranslation.com

All rights reserved.

The author would like to thank the illustrator, editors and translators for their help.

Tante und Onkel nahmen mich auf einen Strandspaziergang mit.

Cô và Chú đưa tôi đi dạo trên bãi biển.

Ich sah ein Ruder am Ufer.

Tôi đã thấy một mái chèo trên bờ biển.

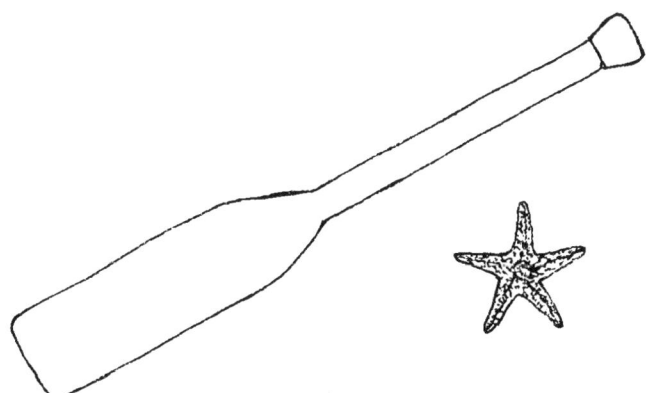

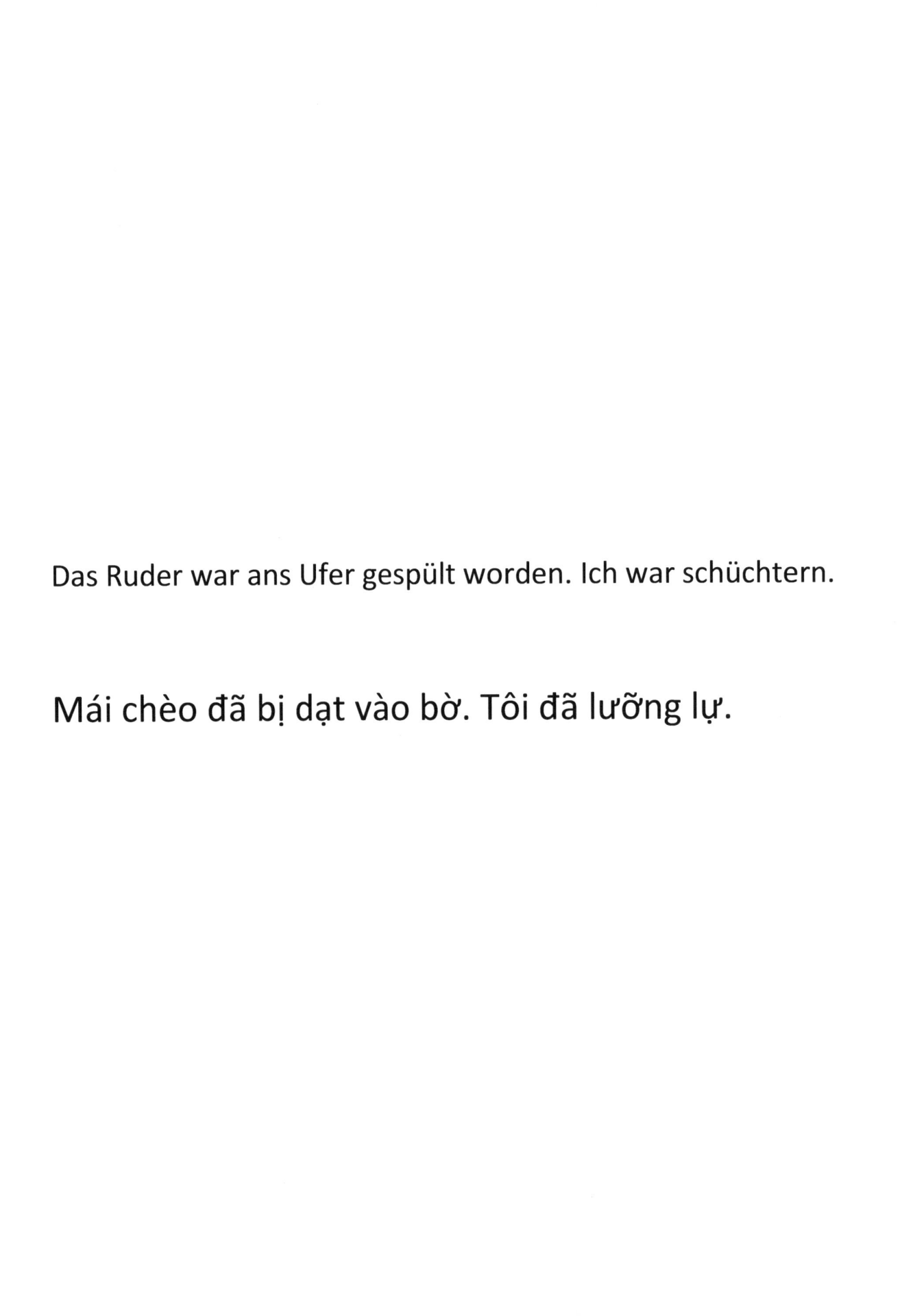

Das Ruder war ans Ufer gespült worden. Ich war schüchtern.

Mái chèo đã bị dạt vào bờ. Tôi đã lưỡng lự.

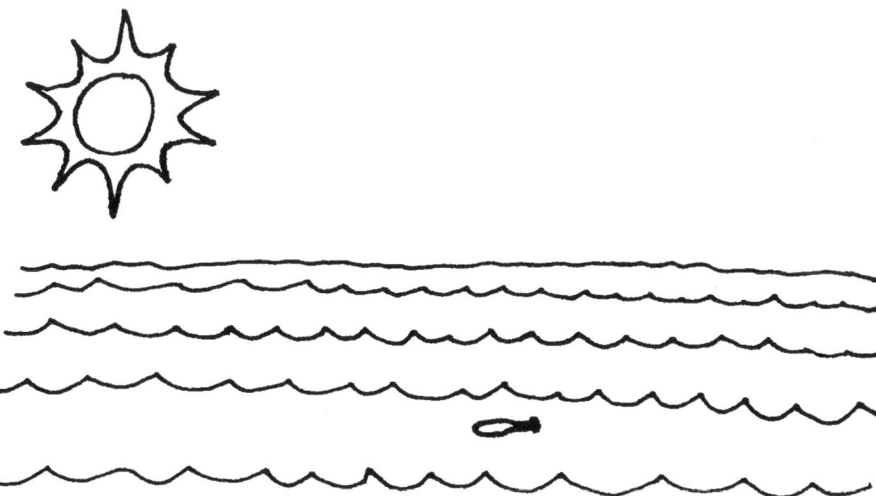

Ich rannte nicht hin, um es zu holen.

Tôi đã không chạy đến và nhặt lấy nó.

Ich tat so, als ob ich es nicht sehen würde.

Tôi xem như mình chưa thấy nó.

„Schau", sagte die Tante, als der Onkel darauf zeigte.

"Nhìn kìa," Cô thì nói còn Chú thì chỉ.

Ich rannte los und holte es!

Tôi chạy đến và nhặt lấy nó!

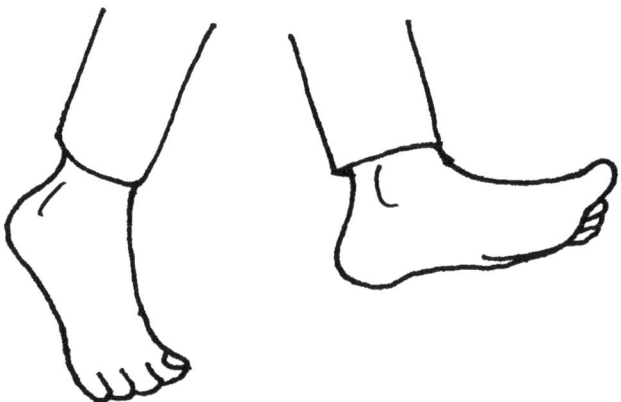

Das nächste Mal werde ich nicht schüchtern sein.

Lần sau, tôi sẽ không lưỡng lự nữa.

Über das Buch: Ein kleiner Junge findet etwas Besonderes am Strand.

Über den Autor: Sie können mehr über Richard Carlson Jr. bei www.rich.center erfahren.

Über den Zeichner: Kevin Carlson liebt Kunst und arbeitet in einem Kunsthandwerksladen, in dem geistig behinderte Menschen angestellt sind.

Giới thiệu về Sách: Một cậu bé tìm thấy một cái gì đó đặc biệt trên bãi biển.

Giới thiệu về Tác giả: Bạn có thể tìm hiểu thêm về Richard Carlson Jr. tại www.rich.center.

Giới thiệu về người thể hiện: Kevin Carlson yêu nghệ thuật và làm việc tại một cửa hàng thủ công thuê những người tàn tật về mặt tinh thần.

Printed in Poland
by Amazon Fulfillment
Poland Sp. z o.o., Wrocław